Wanderlust Thoughts

Published By

Wanderlust Thoughts

Edited by Sekar

Copyright ©

Sekar - POETRY WORLD ORG 2020

ISBN (Paperback) - 9788194928881

First Edition : 2020

Book Design by POETRY WORLD

Wanderlust Thoughts

CURATOR

Mrs. Parkavi Sivaprakash

COMPILER & EDITOR

Sekar. S & K. Valarmathi

Wanderlust Thoughts

"ஆயிரம் மைல்களுக்கான பயணம், முதல் அடியிலே தொடங்கும்" என்பர். இந்த கவிப் பயணத்தில் என்னுடன் சேர்ந்து முதலடி எடுத்து வைக்கும் பலரின் எண்ணங்களோடு உணர்ச்சிகளையும் உங்கள் பொற்கரங்களில் ஓர் காவியமாக சமர்ப்பிக்கிறேன்.

தலைமை தொகுப்பாளர்

இவள் திருமதி.பார்கவி சிவபிரகாஷ், மஞ்சள் மாநகரமான ஈரோட்டை சேர்ந்தவள். இவள் புனைப்பெயர் "கவியின் கவிதை". கணிதவியல் முதுகலை பட்டம் முடித்தவள். இன்று தன் கனவுகளை முழு மனதோடு ஆர்வமாய் பின் தொடர்கிறாள்.

தனது இன்ஸ்டாகிராம் பக்கத்தில் (*@kaviyinkavithai*) ஏறத்தாழ *2500*க்கும் மேற்பட்ட குறுங்கவிதைகள், நீள்கவிதைகள் பல புனைந்துள்ளார். *Spectrum of thoughts*ல் இணை எழுத்தாளராகவும், தன் முதல் கவிதை திரட்டான *"Enticement of fondness/* காதலின் தாகங்கள் யும்" தொகுத்துள்ளார். இப்பொழுது *Poetry World Organisation*-ல் தலைமை தொகுப்பாளராய் பல கவிதை திரட்டினை வழங்கி வருகிறார்.

முற்றத்தில் ரசித்த முற்றிய காதல்

யாவரும் அறியாமல் உனக்கே தெரியாது
உன்னை ரசித்ததும்
அந்த முற்றத்தில் தான்!

அறியா வயதில் புரியா உணர்வை
காதலென உணர்ந்ததும்
அந்த முற்றத்தில் தான்!

உன் வருகையை அறிந்து ஒருமுறையேனும்
உன்னை காண காத்திருந்ததும்
அந்த முற்றத்தில் தான்!

என் வாழிய மலரை சிறிது கலங்கி
காணும் பொழுதில் உன்னோடு பேச முடியா
உன் மனதோடு பேசியதும்
அந்த முற்றத்தில் தான்!

உனக்காய் நான் உள்ளேன்
என சத்தமின்றி மனதிற்குள்ளே கூறி
ஆறுதல் அடைந்ததும்
அந்த முற்றத்தில் தான்!

இறுதி நொடி பொழுதிலும்
விழி வழி என் காதலை
உன்னிடம் உரைக்க முற்பட்டதும்
அந்த முற்றத்தில் தான்!

- கவியின் கவிதை

மருத்துவ மாணவன்;

கவியால் உங்கள் செவியாளப் பிறந்தவன்.

என்னவள்ஓர் வர்ணனை -

வெண்ணிலவும் வெட்கப்பட

வெண்மேகம் மழைத் தூவ

பெண்ணவள் வந்து நிற்க;

பூத்துக் குலுங்கும் பூஞ்சோலைகளும்

அவள் வரவறிந்து சலசலக்க

கவிஞன் மட்டும் விடுவானோ?

வந்தவளை வர்ணிக்க எண்ணி

வாய்மொழிய வந்ததிந்த காவியமோ!!

- கவிக்காதலன்

INDEX

QUOTES

எதிர்பார்ப்பின்றி வாழ்

பிறர் இன்பத்தில் இன்பம் காண் உன்னை

நீயே மகிழ்வித்துக் கொள்

முரளி பழனிசாமி

காதல் கனவுகள்

இப்படி எல்லாம் காதலிக்க வேண்டும்

என கனவுகள் பல கண்டதலோ ஏனோ

என் காதலும் கனவாகி போனது...

ஹரிஹரன். வெ

காதல் காவியம்

தனிமையிலும் கண்ணியம் தவறா

காதலர்கள் இருக்கும் வரை ஒவ்வொரு காதலும்

தனி காவியமே..

ஹரிஹரன். வெ

நம்புகிறேன்

காத்திருக்கிறேன் காதலுக்காக....

காலம் முடியும் வரை அல்ல....

காதல் என்னும் காவியம் மறையும் வரை....

நம்புகிறேன்.....

காவியம் முடிய வாய்ப்பில்லை என்ற நிலையில்....

Esakkiammal @ indhu. E

DOOR

Why to chase for another door when life closes one,
When you can open the damn door again?
It just gets closed not locked!

Samruddhi sharma

LITTLE THINGS

To watch someone smile and realize that the reason is
you, To hold someone's hand and wish you never got to
leave, To look into someone's eyes and tell them how
pretty they look without thinking what others may think.
These are the "little things" we live for.

Arbab Badar Khan

NEVER

Never mess with people who can mess with your life. Never leave a friend who can leave anything for you. Never try to win a match which you would love to lose for others. Never love the person who can treat you like a stranger.

Abirami Kaviarasan

REAL HEROES

Their greatest glory isn't in never falling, but glorifying us when we sunk all. They are heroes, braves, leaders, a brand, and ofcourse, the soul of our Holy Motherland, whose mornings start with battlefield, Everything lasts here, to keep us healed. I salute each and every patriotic martyr, who embraced every adversity as lead fighters.

Sugesh Singh Thakur

RICH IN VOYAGING

Once you've travelled, the voyage never ends, but is played out over and over again in the quietest chambers. The mind can never break off from the journey.

Fill life with adventures, not things. Have stories to tell, not stuff to show off to people.

B. Soundarya

TRAVEL TO UNKNOWN DESTINATION

I don't travel to discover the places just for the sake of entertainment. I travel to discover myself whom I could find somewhere, the one who was lost in the routine life cycle.

Nirali Potdar

TWO HEART ONE BEAT

24

I want to feel the essence of your breath,

I want to feel the warmth of your hug,

I want to listen the heartbeats of your heart,

Just simply, I want 'You' to be 'Mine'....

KANUPRIYA DADHEECH

VANISHING SENSATION

A line of pity words of sympathy and actions of empathy
are lost in blocks

Where world chops every folly slowly into nothingness.

M. DHIVYA

POEMS

சில மனிதர்களின் சிரிப்பு

சோதனைகள்! துன்பங்கள்! வலிகள்!

வேதனைகள்! கஷ்டங்கள்! மிக கடினமான சூழ்நிலைகள்!

இவைகள் அனைத்தையும் மனதில் வைத்து கொண்டு,

பிற மனிதர்களிடம் போலியான சிரிப்பை காட்டி!

வேதனைகளை மறைத்துகொண்டு வாழும்

சில மனிதர்களும் இருக்கிறார்கள்!

விஜய லெட்சுமி K

திராவிடம்

இந்தியா தோன்றிய நூற்றாண்டிற்கு முன் தோன்றிய தமிழ்

மொழி அல்ல எங்கள் வழி.

ஆட்சியில் மொழி மாறலாம் ஆனால்

எங்கள் பேச்சில் மொழி மாறாது.

அறியாமை, பெண் அடிமையின் விடுதலையே

எங்கள் திராவிடத்தின் அடையாளம்.

சாதி,மதம் கடந்த சமத்துவமே எங்கள் கொள்கையின் சரித்திரம்.

ரவின்

பேதையார் பாதை

இறகைப் போல மனிதன்

இலக்கில்லா ஆசைகள்

நிர்மாணிக்க இயலா சூழ்நிலைகள்

காற்றோடு அலையும் சுகம் கண்ட இவர்கள்

தன்னிலை அறிவரோ இவர்கள்

காலத்தின் மைதானத்தில் விளையாடும்

திசையற்ற மனிதர்கள்

SrilekHaa C

மனதைத்திற மாற்றம் உண்டாகும்

அலைந்து திரியும் நினைவிற்கு
இழப்பதற்கு ஒன்றுமில்லை
மனதைத் திற
உன்னை சுற்றி கொட்டிக்கிடக்கும் இன்பங்களை
போதும் போதும் என்ற அளவுக்கு அள்ளிக்கொள்
திறந்த மனதிற்கு திறவுகோல் எதற்கு?

பிரசன்னா

அமைதியின் காதல்

சுற்றித்திரியும் பறவைகள்!!!

சுயநலமற்ற எண்ணங்களுடன் சூரியனை நாட!!!

நானோ சூரியனைக் கவர்ந்தேன் அறியாமையில்!!!

பாறைகள் என்னை பாரமாக நினைக்கவில்லை!!!

என்னில் புதைந்த பாரத்தை எண்ணி!!!!

கன்னத்தில் கை வைத்தேன்!!

கவலையைக் கழற்றி எறிய எண்ணியிருந்து!!!

தவறுகள் இழைத்தேன் சரியா என அறியாமல்!!!!

பிழைகள் உணர்ந்தேன்!!!

பிள்ளை மனம் கொண்டே!!!

தனிமையை நாடினேன்!!!

தன்னலம் இல்லாமல்!!!

என்னில் புதைந்த உண்மையை உணர!!!!

அமைதி என்னை ஆட்கொண்டது !!!

ஒர் "அமைதியின் காதலனாய்".

வி.மகாலட்சுமி.

அவள்

இளமையில் சகோதரியாய் தாயானவள் - பின் ஒருவரின்
அங்கமானவள்..
தன்னை வருத்தி என்னை ஈன்றவள் - கண் இமைக்காமல்
என்னைக் காத்தவள்..
என் நலனிற்காக தன் கனவுகளைத் தொலைத்தவள்..
தனக்கென எதையும் கொணராதவள் -சுயநலமில்லாது
சுயத்தை இழந்தவள்..
உருக்கங்களை உரைக்காமல் கண்டறிந்தவள்..
சொல்லவியலாத உணர்வுகளை உணர்ச்சிகளை
கண்ணீரில் மட்டுமே கரைத்தவள் —
வறண்டு தாழ்ந்த மனதில் 'தன்' நம்பிக்கையை
இணைத்தவள்.
என்னிலையிலும் "தான்" என்ற அகந்தை அடைய
தெரியாதவள்...
பாரே எதிர்ப்பினும் வெறுப்பில் பாராதவள்..
தனக்கு பிடித்தது எனினும் பசியில்லை
என பொய் உரைத்தவள்..
தான் காணா கனவுகளை நாம் காண நினைத்தவள்....
வெற்றிகளில் நெகிழ்ந்தவள் - தோல்வியிலும்
தேற்றி தோள் கொடுத்தவள்...
அமைதியில் அண்டத்தை வென்றவள்...
கண்டிப்பில் காளியின் மறுவுருவமவள்...
அன்பென்ற கலையில் தன்னிகரற்றவள்...
விலைமதிப்பற்ற அணிகலனவள்...
கருவிலும் மடியிலும் சொர்க்கத்தை தைத்தவள்..
தற்பெருமை கொள்ளக்கூட தன் பெருமை
அறியா உன்னத உயிரவள் - பல சொந்தங்கள்
சேர்ந்தாலும்
அடையவியலாத என் அன்னை - அவள்.

அபர்ணா வேல்முருகன்

இசையின் குரலுக்கோர் அஞ்சலி

இன்னலும் இம்மையும் இகழும்
இருளாய் இருந்த என் வானில்
இனிய ஒளிப் பிழம்பாய் தோன்றிய
இசையின் முதல் ஒளிக் கீற்றாய் பிறந்தாய்

சிரிப்பொலியால் சிலிர்த்தேன்
அழுகுரலால் அருந்துயர் அறிந்தேன்
கோபம் கேட்டு கொந்தளித்தேன்
வெண்கலக் குரலினூடே வெட்கம் உணர்ந்தேன்

சங்கீதம் சிதறாமல் சல்லாபம் சொன்னாய்
தேனில் தோய்த்து தெய்வீகம் தந்தாய்
ஊனம் உள்ள உடலில் ஊக்கம் ஊட்டினாய்
மயக்கும் இசையில் மௌனம் ஆக்கினாய்

உணர்ச்சிகளுக்கெல்லாம் ஊற்றுக்கண் நீயே
என் துயர்க்கெல்லாம் நீ செய்தாய் கீதாஞ்சலி
உன் இழப்பின் துயர்க்கு நான் செய்தேன் சிறு
கவிதாஞ்சலி!

தினேஷ்குமார். S

ஈருடல் ஓர் மனம்

கொஞ்சிக் குலாவும் காலை பொழுதுகளில்,
கிழக்கிருந்து சூரியனும் உதித்திருக்கும் வெட்கத்தில்;
திட்டிய வார்த்தைகள் பொருளறியாது,
சண்டைகள் நீண்டாலும் சந்தேகமிருக்காது!

சுற்றியிருக்கும் ஆபத்தை தவிர்த்திடவே - ஒருவர்
நிபந்தனைகள் பல நிலைநாட்டுவார்,
அன்பின் அதிகாரமென்று மற்றொருவர்
மறுக்காமல் அதை நிறைவேற்றுவார்!!

பந்தத்தில் ஏதும் பாசாங்கு இருக்காது,
காமத்தின் நோக்கம் கண்களில் தெரியாது,
உணர்ச்சிகள் ஆட்சி செய்யும் இருவரின் ஒரு உயிர்
காதல்!!!

Tharun Jayamurugan

உறங்கா நொடிகள்

மதிமுகம் கண்ட நொடிகள்!

மனம் கோர்த்துக் கொடுக்கும்

நெஞ்சில் இடி கண்ட நொடிகள்!

ஊனை குளிரணைத்த நொடிகள்!

உள்ளத்தை நினைவணைத்த நொடிகள்!

உருக்கம் கொண்ட விழிகள்

உறங்க மறுத்த நொடிகள்!

மனக் கூச்சல்கள் இடையே

அமைதி தேடிய நொடிகள்!

உறக்கம் தேடிய

உறங்கா நொடிகள்!

Sindu Baskar

தாங்கும் இதயமிருந்தால்

மேற்கொள்ளும் தீர்மானம்
தீர்வாகாமலும் போகலாம்!
அதீத அன்பு கொண்டவரால்
அவமானமும் நேரலாம்!
இயலாமையால் இயல்பு வாழ்க்கையும் தொலையலாம்!
நேர்வது யாதாயினும்..
நேர் வழியதை மறவாமல்..
நேர்மறை சிந்தனையானது சிதறாமல்..
மன அமைதிக்கும்,
மனதின் உறுதிக்கும்,
மனதார உரைத்திடுங்கள்..

இதுவும் கடந்து போகும்..!!
எதுவும் சாத்தியம் ஆகும்..!!

Gopika chellamuthu

தேடல்

பகலவனைக் கண்டதும் மலரும்

மலர்களைப் போல் மலர்ந்தது

என்னவளின் முகமும்

என்னைக் கண்டதும்

அவளது வெட்கம் கலந்த புன்னகை

அவள் அழகுக்கு அழகு சேர்க்க

அன்று

அந்த புன்னகையில் தொலைத்த என்னை

இன்றும் கண்டறியவில்லை

எனது இந்த தேடல்

என் வாழ்நாளின்

இறுதி மூச்சு உள்ள வரை தொடரும்.......

Idhaya Lakshmi .K

என் மகள்

அகிலத்து அன்பை அழுகையில் உணர்த்தி,

தெய்வ தோரணையில் திருமகள் தரிசனம் தந்தாள்,

தங்கத்தொட்டிலில் தங்கத்தாரகையை தாலாட்ட ஆசை,

தகரம் கூட தவணையில் வாங்க

தனிவரவு இல்லை,

எனினும் இன்பத்து வெள்ளம்

இதயம் வந்து சேர்ந்தது,

இளங்கதிரின் இனிய முகம்

பார்த்த பொழுது,

இன்னல்கள் எனக்கிருந்தும்

இன்பம் தரித்தாள்

நேற்று பிறந்த

என் இனிய மகள்...

Muhammad Sayaf Satham. A

கடைசி ஆசை!

வண்ணத்துப் பூச்சியைப் போல் வண்ணம் பூசிக்கொள்ள
ஆசை,
பறந்து செல்லும் பறவையின் சிறகை வாடகைக்கு வாங்க
ஆசை,
எவ்வளவுதான் தாங்கினாலும் அமைதி காக்கும் பூமியாக
ஆசை,
ஏணியைப் போல் மற்றவரை உயரத் தூக்கி விட ஆசை,
பனித்துளியை தாங்கிப்பிடிக்கும் சிறு துளிராக மாறிட
ஆசை,
கண்ணீர் குறையா சுனையான கண்ணாக இருந்திட
ஆசை,
சிந்திய இனிப்பை சுமந்து நடக்கும் எறும்பாக ஆசை,
நல்லதை பேசும்போது சத்தம் போட்டு நம்பிக்கை தரும்
பல்லியாக மாறிவிட ஆசை,
அறிவு முழுவதையும் பூட்டி வைத்திருக்கும் புத்தகமாய்
மாறிவிட ஆசை,
கள்ள கபடம் ஏதுமில்லா அந்த மழலை சிரிப்பை ரசிக்க
ஆசை,
நிச்சயமில்லா வாழ்க்கையில் நிம்மதியாக நித்திரை
கொள்ள ஆசை,
ஆசையே இல்லா மனிதனை ஒரு முறையாவது
பார்த்திடுவதே கடைசி ஆசை.

சதாக்ஷி. சி

காதல் கவிதை

கைக்குழந்தையாய் என்வீட்டு முற்றத்தில்
விளையாடியவளா இன்று கண்களால் களவாடும்
கன்னியாகி நிற்கிறாள்....
குறுஇடை ஒன்றை கொண்டு
என் ஓட்டுமொத்த பிரம்மச்சரியத்தையும் நிலைகுலைய
வைக்கிறாயடி!!!
சிவந்த கன்னங்களும் சிறு இதழ்களும் கொண்ட
சிலையே மறந்தும் காட்டிவிடாதே உந்தன் சிறு
முகத்தை
சரணடைந்து விடுவேன் உந்தன் பாதங்களில் பாதியுள்ள
என்வாழ் நாட்களுடன்!!!

GAYATHRIRAJI

தசமுகவின் கதை

இலங்கேஸ்வரன் விதையே! மண்டோதரியின்
தாய்மையே!
ஜாதகம் பேசிய மொழி - அழிவு
நாடு கடக்க செய்ததடி - என் தங்க மகளே!
என் விதையில் முளைத்த முதல் செடி - சீதை
பிரிந்தேன் - துடித்தேன்
தவம் முடிந்தது - என் தங்கையை
மங்கை என்று பாராமல் - சிதைத்த இலக்குவன்
மானாய் வந்தேன் - உன் முகம் கவர்ந்தேன்
தாய் நாட்டின் வாசம் கவரச் செய்தேனடி!
தன் தந்தை என்று அறியாத - என்
சிறு பிள்ளையின் கோபம்.....
தன் மகளின் நுனிவிரல் தீண்டாத
தந்தையின் பாசம் - மறுபக்கம்
என் மகளை பிரிக்க முயலும்
ராமனின் படை கண்டு
உடைந்தேன் சிதைந்தேன்.....
விதியின் விளையாட்டை நினைத்தபடி
என் உயிர் பிரிந்ததடி - என் செல்வமே!

Sudharsan. S

தந்தை

உயிர் அணுவைக் கொடுத்து

அது கருவாய் தறித்த கணம் முதல்

தன் உடலை வருத்தி

வியர்வை சிந்தி

அயராது பாடுபட்டு உழைத்து

அதன் இன்பத்திற்காக தன் இன்பத்தை மாய்த்து

உலக இயல்புகளையும் அதில்

வாழும் வழிமுறைகளையும் கற்றுக்கொடுத்து

அதன் வளர்ச்சியை கண்டு ரசிக்கும்

மாமேதை தந்தை.

சீனிவாசன்.ரா

தனித்து சிறந்த மேகம்

வாழ்வினிலே இன்பம் துன்பம்,

வீட்டினிலே சண்டை சர்ச்சை,

நாட்டினிலே கொலை கொள்ளை,

பாட்டினிலே ராகம் தாளம்,

கவிதையினிலே மெய் பொய்,

பெண்மையினிலே பொறுமை கருணை,

ஆண்மையினிலே வீரம் வேகம்,

மனதினிலே காதல் காமம்,

இவற்றின் இடையே,

தனக்கென தனி பாதையை,

தேர்ந்து பறக்கும் மேகமோ,

எவ்வித சிந்தனையுமின்றி மகிழ்ந்து செல்கிறது!!!

"மேகமே நீ வெள்ளைக்காரனா!?"

"நானா வெள்ளைக்காரன்? இல்லை!!

தமிழர்கள் ஆங்கிலத்தை உடுத்தியது போல,

நானும் வெள்ளையை அணிந்துள்ளேன்!!

R. Divya

தேவைக்கான அன்பு

விசம் கொடிது

அன்பென்னும் விசம் மிகவும் கொடிது

கார்மேகம் பொழியும் மழையாக

கனாவின் எண்ணிலடங்கா வர்ணனையாக

மோகம் ஈர்க்கும் தேன் சுவையாக

நாளங்களில் நீரோட்டமாக ஊடுருவி

நிலையானது என் மனம் என்றாகி

நிலத்தை போல

சட்டென்று புயல் வீசி செல்வதை போல்

காரணம் இன்றியும் காரணம் இல்லாமலும் விட்டு

செல்கின்றனர்

அன்பென்னும் போதை பருக வைத்து

அனாதை என்னும் தனிமை வலியையும்

அன்பின் முட்டாள் என்னும் பட்டத்தைத்

தந்து செல்கின்றனர்.

முஹம்மது உமைர்

நிலவு மங்கை

அழகு போர்வைக்குள்
ஒளிந்திருக்கும் அம்புலியே
வெண்மையின் வடிவமே
வர்ணிப்பின் வர்ணனையே
கதிரவனின் காதலியே
இருளின் ஒளியே
ஒளியின் ராணியே
அறிவு மதியே
அகிலத்தின் அகல்விளக்கே
ஆகாயத்தின் புன்னகையே
ஊவையின் உறைவிடமே
நிலவுத்தோழியே!
உன்னைக் காண பகலவனை
முந்திக் கொண்டுவரும்
இரவாக நான் !!

அருள் ராமலெசுஷ்மி. ப

நினைவுகள்

தூரம் சென்றாலும் உன் நியாபகம் என்னை விட்டு
வைப்பதில்லை!
நீ தந்த இன்பதை விட,
நீ தரும் வலிதான் என் மனதை அதிகம் பாதிக்கிறது.
உன் மீது கோபமில்லை.
மாறாக ஏதோ இனம் புரியாத வருத்தம் எனக்குள்.
உடைந்து போன நெஞ்சை,
மீண்டும் மீண்டும் உடைத்து எறிகிறது உன்னுடைய
நினைவுகள்!
உன் மீதுள்ள அன்பு குறையவில்லை!
எனினும் வெண்ணிலவே!
உன் நினைவுகள் என்னைக் கொல்வது ஏனடி?

Sᴀɴᴛʜɪʏᴀ .L

பங்குகள்

அவன் சொல்லும்,

இவன் செயலும்;

அவச் சொல்லும்,

பெரும் புகழும்;

அன்றும், இன்றும்,

அங்கும், இங்கும்;

என் செயல் மாற்றி;

உள் அலை திருப்பி;

எம் அறிவெட்டா

என்னுள் ஊழல் செய்து;

என்இந் நிலைக்கு

வழிவகுத்த வள்ளல்களே!!...

உம் நிலைக்கு,

நான் அளித்த பங்கில்

ஒன்றும் குறையில்லையே?!!!

Sathiyanantham N

பயணமே வாழ்க்கை

நான்காம் மாதம் தவழத் துவங்கி

ஒன்றாம் ஆண்டில் நடக்கத் துவங்கி

அதன் பின் சிறுசிறுதாய் ஓடி

வேண்டியவை ஒவ்வொன்றாய் தேடி

தான் அறிந்த அனைத்தையும்

தாண்டத் துடிக்கும் முன்னோடி

ஏக்கம் என்றும் தீராதிருக்க

தீராத்தாகம் நெஞ்சில் உதிக்க

வாழ்க்கையில் பயணமன்று

பயணமே வாழ்க்கை ஆனால்

காலத்தின் இறுதி வரை

தேடல் தீராதென்று உரை......

RAM MOHAN

பிறந்த நாள்

பத்து மாதம்

பத்திரமாய் அடைத்து வைத்தாள்

தன் கூட்டுக்குள்ளே...

பாவை நீ

பறக்க ஆசைப்பட்டு

உடைத்து வந்தாய்...

தட்டு தடுமாறி

பறக்கும் போது

தூக்கிக் கொண்டாள்...

மடிமீது அமர்ந்தே

காலத்தை கடத்திவிட்டாய்

மாடப்புறாவே...

கூட்டை உடைத்த இந்நாள் எதற்காக ?

எல்லை இல்லா வானம் எதற்காக ?

வேகத்தையும் விவேகத்தையும்

பரிசளிக்கிறேன்

பறந்து செல் பார் எங்கும்...

முத்து

போராட்டம்

அன்று -
சுதந்திரக் காற்றுக்காக
இன்று -
மாசற்ற காற்றுக்காக
எதிலும் போராட்டம்!
எங்கும் போராட்டம்!
சுட்டெரிக்கும் போராட்டத்தின்
மிச்சம் -
சாம்பல் மட்டுமே!
நீரோட்ட வாழ்க்கையில்
துயில் எழ -
போராட்டம்!
முற்றுபெறும் வாழ்க்கையில்
வெற்றியாளராக -
போராட்டம்!

Abarna.S

மதி மறந்த காதல்

இனிமேல் அவனைப் பார்க்கக்கூடாது
இனிமேல் அவனுடன் பேசக்கூடாது
என இரவு முழுவதும் மூளை
இதயத்திடம் உரைக்கின்றது
இருப்பினும் இதயம்
இரவு முழுவதும் அவனையே
நினைத்து உறங்க மறுக்கிறது
அதிகாலையில் எழுந்து
அவனிடமிருந்து ஏதேனும் ஓர்
குறுஞ்செய்தியாவது நமக்கு
வந்திருக்குமா என ஏக்கத்தோடு கரங்கள் கைபேசியை
தேடுகிறது
ஏன் இவ்வாறு செய்கிறாய்
என மூளை இதயத்திடம்
வினவினால் இதுவே காதல் என வெகுவாக புன்னகைத்து
இதெல்லாம் உனக்கு புரியாது
என சலித்துக் கொள்கிறது
இதயம் மூளையை நோக்கியவாறு!!
அவனிடம் ஏமாந்து போனோம் என்பதையும் மறந்து!!
மதி கெட்ட காதலாய்!!!

கவிப்பிரியை

மழை

மன்னனே
என்னை அழைத்துச் செல்ல வந்தாயோ
அல்ல
என்னை அணைத்துக்கொள்ள வந்தாயோ
தெரியவில்லை
தெரிந்து கொள்ளும் நாட்டமும் இல்லை
என் எழுத்துகளும் வெட்கப்படுகிறது
உன் மேல் நான் கொண்ட
காதலை வர்ணிக்கையில்
மண் கூட மணக்கும்
இடி கூட இசை அமைக்கும்
மின்னல் கூட படம் எடுக்கும்
என் மன்னனை வரவேற்க
சுவாசிக்க மறந்தாலும்
உன்னை மட்டும்
நேசிக்க மறந்ததே இல்லை

M.Ceacilia Moses

மழையில் அவள்

அவளைக் கண்ட மேகங்களும் அவளை அடைய

மழையாய் புன்னகை பொழிந்ததே...

கண்களை கவரும் மின்னலும் அவளின் கருவிழி

கவர்ச்சியில் காணாமல் போனதே....

செவிகளை பறிக்கும் இடியும் அவளின் குரலிசை

கேட்டிட மறைந்து கொண்டதே...

அழகில் சிறந்த வானவில்லும் அவளின் அழகை கண்டு

ஓடி ஒளிந்ததே..

அந்த மழையில் ஆடும் மயில் போல் அவளைக் கண்ட

அகிலமும் இரசித்து சிலிர்த்து போனதே...

தமிழ்தாரா

மழையின் திருவிளையாடல்

ஆவியாக பறந்தாய் ஆகாயத்திற்கு நீ !

ஆலியாக வந்தாய் மண்ணுலகிற்கு நீ !

ஆரத்தி எடுத்து உன்னை வரவேற்ற சிலர்

ஆட்டம் போட்டு உன்னை இரசித்த சிலர்

ஆராரோ பாடி உன்னை வாழ்த்திய சிலர்

ஆக நீ பரிணாமம் எடுத்தாய் கனமழையாய்

ஆவலாய் பார்த்த மரச்செடிகளை குளிக்க வைத்தாய்

ஆத்தோரம் நிரம்பி மீன்களை இன்பத்தில் ஆழ்த்தினாய்

ஆத்திரம் அடைந்து ஏன் புயலாக மாறினாய்

ஆனந்தமாய் பார்த்த செடிகொடிகளை தலைசாய்க்க
வைத்தாய்

ஆமை போல மெதுவாக செல்ல திரும்பினாய்

ஆத்திகனோ நாத்திகனோ உன்னை ஏற்க வைத்தாய்

ஆம், கிளம்பிய இடத்திற்ககே மீண்டும் வந்துவிட்டாய்
நீ !

ஆதலால், இப்படி மாறி மாறி பயணிப்பதால்
மாரியானாய் நீ !

பொன். கலையரசன்

வறுமை

வசதியாக வாழ ஆசை இல்லை
வறுமை இல்லாமல் வாழவே ஆசை;
விண்ணைத் தொடும் அளவிற்கு கட்டிடங்கள் உயர்ந்தும்
நடுத் தெருவில் தான் எங்கள் வாழ்க்கை;
நாங்கள் என்ன பாவம் செய்தோமோ
வறுமையில் பிறக்க,
என்ன புண்ணியம் செய்ய வேண்டுமோ
எங்கள் அடுத்த தலைமுறையாவது வறுமையை மறக்க;
பசியால் வாட்டி எடுக்கும் என் வயிற்றுக்கும்
சோர்ந்து போகும் என் உடம்பிற்கும்
எப்படி புரிய வைப்பேன் என் வறுமையை;
பசி இல்லாத வயிறு வேண்டும்
இல்லை பசி மறக்கும் ஓடதம் வேண்டும்;
தொழில்நுட்பம் எவ்வளவு வளர்ந்த போதும்
அழிக்க ஒரு அழிப்பான் இல்லையே" வறுமை
கோட்டை."..!

Mohammed Rizwan

வாழ்க்கை ஒரு வரம்

கருமேகம் சூழ்ந்த அடைமழைப் பொழியும் மாலை
நேரம்!
வெள்ளையடித்த அறையிலே எமக்கு ஓர் படுக்கை
ஜன்னல் ஓரம்!
தரையெங்கும் குளிர் மழைநீர் ஈரம் - என்
தலையணையில் மட்டும் தாராய்க் கொதிக்கும் கண்ணீர்
தேங்கும்!
கனவுகள் கானல் நீரானது!-என்
மணிக்கழுத்தோ ஓர் சனல்கயிற்றைத் தேடியது
அலமாரியெங்கும் அம்மாவின் புடவைகள் -அதில்
சுருக்கேற்ற முயன்றபோது பட்டென்று ஓர் 'ஈசல்'
முட்டியது
என் தவடையில் - கண்ணை மூடிக்கொண்டேன்
எதிரில் ஓர் குறுகிய ஒளிமிளிரும் குகையின் வாயில்!
அதை நோக்கித் தவழ்ந்து சென்றேன் - என்
கழுத்தை ஏதோ நெறுக்கியது!
ஆந்தை அலறல் போல ஓர் சத்தம்! அது என்
"அன்னையின்" சத்தம்!
புரிந்தது எனக்கு! இது என் "கருவறை"!
தொப்புள் கொடியால் சுற்றப்பட்ட சிறிய "கல்லறையும்"
கூட!
சாபமாக என் வாழ்விருந்திருந்தால் "சவமாக"
வந்திருப்பேன்!
வாழ்க்கை ஓர் வரமே! நாம் சாதிக்க
ஒரு வசந்த காலம் நிச்சயம் வருமே!!

 கு.கோ.தனுஷ்

வாழ்க்கையும் ஒரு புதிரே

புதிர் நிறைந்த வாழக்கையில்,

புரியாத புதிர்களுக்கு பஞ்சமில்லை,

புரிந்தும் புரியாமலும் கடக்க,

அறிந்தும் அறியாமலும் அளக்க,

புன்சிரிப்பும் புண்ணானது பூக்காமல்,

புகையோடு பயணித்தேன் பார்க்காமல்,

பகைவர்கள் வந்து போயினர்,

பந்தபாசங்கள் நின்று சென்றனர்,

மிஞ்சியது எண்ணமும் எழுத்தும்,

அஞ்சியது அன்பும் அரவணைப்பும்,

எதுவும் நிரந்தரம் இல்லை,

எதிலும் நிச்சயம் இல்லை,

தெரிந்தும் தேடினேன் வெறியோடு,

புதிர்களுக்கான விடைகளை அறிவோடு,

கிடைத்தது ஒருவிடை அதுவும் கடவுளே விடை...!

MachJoke

விழித்தெழு தமிழா

விழித்தெழு தமிழா!
விழித்தெழு!
விவசாயத்தின் விடியல்
இருட்டப்போகிறது..
விழித்தெழு தமிழா!
விழித்தெழு!
பாழாய்ப் போய்விடும் இனி
பாரம்பரியம் ......
விழித்தெழு தமிழா!
விழித்தெழு!
விவசாயத்தின் கவலைக்
கண்ணீர்த்துடைக்க......
விழித்தெழு தமிழா!
விழித்தெழு!
காவிரித்தாயின்
செந்நீரை மீட்டெடுக்க......
விழித்தெழு தமிழா!
விழித்தெழு!
தாய்த்திருநாடாம்
தமிழ்நாட்டை
மீத்தேன் திட்டத்திலிருந்து
மீட்டெடுக்க........
விழித்தெழு தமிழா!
விழித்தெழு!
நம்......
விடியலை இருட்டாக்கும்
பல
விளங்காத திட்டத்தை

விரட்டியடிக்க..
விழித்தெழு தமிழா!
விழித்தெழு!
இன்னும்
சிலநாள்..
சிற்றுண்டி உணவுக்கு
சிறுநீர்தான்
குடிநீரா..
சிந்தித்துப்பார்!
விழித்தெழு தமிழா!
விழித்தெழு!
இந்நிலை நீடித்தால்
உணவென்பதே
கனவாய்ப் போய்விடும்..
விழித்தெழு தமிழா!
விழித்தெழு!

ர.மணிகண்டன்

ANGEL?

I have fallen from the sky

No I'm not an angel, yet to know why..

I have a lot of fire burning inside

Because not every fallen is supposed to be perfect or anyone's

apple pie

I'm flawed, little sweet and a little dry

In a process of mending and bind..

I have fallen from the sky

No, I'm not an angel, yet to know why.

Saadiya Afzal

BEHIND THE POET

You are the pain behind my words..

Your words..your hurtings...your betrayal.

Woke up the sleeping poet inside me..

Are you the chisel

Thats the reason why you hit me hard?

Whatever ...I'm a masterpiece now.

You are the man to take this wine

But you doesn't care of it.

Such a heartless man behind my soulful words....

Shri Gomathi Namashivayam.U

COMPASSION

Busy showing off your status in society?
Busy accumulating wealth?
Busy wasting on extravagances?
Ever thought of the impoverished?
If they get two square meals a day
If they have a roof to stay under
If their children get education
If they get medical supervision when they are ailing
Never thought!
Why so selfish?
Thinking only about yourself!
Show empathy
Ever tried to feel their pain?
No!
Be compassionate
Spread love
Extend a helping hand to the needy
Don't look down upon them
They need your solicitude.

Swayamdeepta Das

CREATURE 3D

These are thinking things.
Something else like mysterious and offbeat.
Like creatures of the dark they turn and twist.
A woman apart and leave a man stranded at heart.
Not a bounty of nature nor use.
Like a food chain giving excuse.
Not play nor war not art but a dramatic part.
And buddies defend themselves in this clause.
The attitude that can make your eyes stare.
Love is blind but do take care.
Or lessons learnt as commonsense wear.
A bully that nobody can bear.
A delicacy somewhere that has roots of a dare.
Maybe highlighting your dreams naked and bare.
Things which would have never crossed roads
Like wishes and mentors gong sore.
These creatures are a three dimensional uproar.
And then lend me your years,eat,love and pray

Priyanka bHANdARkAR

FIND YOURSELF

Unwrap your heart a bit
And unleash those untold stories
Allow your thoughts a voice
Beyond a whispers call
Unshackle your demons for now
Just enough to wear them down
Tell them how you're not afraid
Of their shadows anymore
Allow them to roam around
In your playground for awhile
Sit down with your heart
And unravel your pains away
Take a break from pretending
It's ok, not to be ok
Sometimes we fall apart
Only to find ourselves again.

S.Suganthi

HER BROTHER

He is one of the most important person for her

He is the one who handles her mood swings

He's not a friend nor lover he's her sweet brother

He irritates her everyday

He enrages her everyday

He's not a friend nor lover he's her annoying brother

He takes care of her

He makes her smile when she cries

He's not a friend nor lover he's her caregiver brother

He can fight with the world for her

He can never leave her hand in any bad condition

He's not a friend nor lover he's her protective brother

He fights with her but can't live without her

He loves her but he never expresses it

He's not a friend nor lover he's her beloved brother

SANSKRUTI KATLE

I WANNA SWING

Reluctant I was to sit & swing in the air

But the avidity in me forced to try it,

Now I wanna just swing up high

& embrace the tranquility in me,

With the breeze, I wanna my hair to fly

& touch the unceasing sky,

The whiff, I wanna inhale

& leave behind those grudges,

That tenderness I wanna feel of the nature

That would touch & kiss my facial,

Like a child, I wanna take my tootsies up

With a worry not to fall on the earth,

I wanna keep everything as my reminiscence

& live that moment to the fullest.

Divya Dilip Shetty

IMPERISHABLE LOVE

Love to you never faded

Trust for you never parted

Your blues are never hated

Tiny moves to lust are elated

Creepy fights of love is awaited

Days of wonder, were in flow

Mark of kisses, put on glow

Touch of romance, led to blow

Soothing tune melts like snow

Moments with you, undertook the heart

Crooked little talks, conquered the world

Maturity you seek, strived for idealism

Bond you hold, changed the hidden me.

RESNI RAMAKRISHNAN

JOY OF TRAVEL

Beginning of the travel be like an empty page...

But the end of the travel be like a book holding a page filled with

new experience and memories...

Worth of travel is not about the money you spend for it...

It's about the happy new energy that you gain...

To stop travelling on bad memories...

Start travelling on bike...

To come out of the dark part of your life...

Start travel along with greeneries....

Stop feeding the speed to your bike,

And start feeding pleasant and peace to your soul...

Even spending money for travel gives a profit of happy...

Let us travel the world to find the hidden happy world in us...

Let hidden kid in every grown adult happily jumps out and

explore the world...

Come out of your small world...

And travel to find the place which make you to know whom you

are....

Dharshinipriya.R

LAMENTATION

Water from reddy eyes;

Washed away my Aches.

It may appear as weakness,

Hiding it shows my fakeness.

More and more you weep,

Can have a peaceful sleep.

A drop from the ocean,

Is more like Self- devotion.

If Hoping becomes imaginary,

Sobbing would be the reality.

Sob enough to regain hope.

Salty water sweeps away,

The headaches of every day.

Crying, not an act of Cowardness,

A sign of being alive,

Since birth.

Tharani

MISSING MYSELF

After turning the radio on,

My mind is full of unsaid thoughts that have already gone...

Wishing to forget everything,

But my heart still craves for something...

Past is past,

And it would move fast...

It should and it will,

But in my case, after taking a pill...

I think I should take some Tequila shots,

To remove myself from these kind of knots...

N. Divya dHarshini

a

NEW YEAR 2020

The year of fanciful ideas has burst out

With prosperity, with Triumph, with soundness,

To give adventuresome moments,

To give Fortune,

To give Ectasy,

With Jubilation, Merriment, Peace, delight

Laughter and with good spirits.

Gladly Receive the year with Gaiety, optimism

And with Tranquility!

Be Grateful for the Antecedent year and

Nurture the forthcoming year;

May this year bring you Joy , love, care , Fanciful goals

And victory!!

Wishing you all A Very happy New year 2020.

Christy gnana deepa.J

NO ONE LOVES NOISES

No one loves noises,
But, I !
The noise of the downpours,
That hit the ground forcibly.
The noise of the greenish trees,
Which dances to the whirling wind.

No one loves noises,
But, I !
The noise of the matting clouds,
That gives birth to the infant rain.
The noise of the wavering wind,
That transmits the sounds of serenity.

No one loves noises,
But, I !
The anodyne, wordless noises,
Of wind, water, air and greens,
The resonance of Nature,
Which silences my inner noises.

Monika Shanmugam

O! ODARABLE GREEN TREE

O ! beautiful green trees

Veil behind the green leaves

Hidden beginnings

Beneath the motherland dwellings

Thank you tons ,for providing shed

To the needy beings

Can Never forget ,the way you feed the starving chicks

Thanks a bunch for breathing our lungs

But ...

Beg your Pardon ,for the human misdeeds

Cutting you down for quenching our needs

These stonehearted people ,cannot understand

The beauty of your traits and branch strands

Yet in love with your mesmerising Gaze

With my high bow to your innocence Amaze !!!

Chinsha Bhatia

73

OUR WORLD

In the midst of greenery,

We will make a home,

With sunrays waking us up,

Making a mesmerizing scenery,

Chirping of birds forming a melody,

Flowers spreading fragrance enhancing the beauty,

Burbling of a nearby stream making us to dance,

We both making love and stealing glance,

I close my eyes and blush so hard,

You hold my hand and distance gets depart,

Together we will make a beautiful world,

Thinking of this makes me twirl.

Kritika Sharma

POLITICS

Now war arose, the public is very surprised.

Elections came, the hoopla is everywhere.

Strategy, politics, it is illusory victory.

Speeches, promises, is not factually correct platform.

Drag all—it is the spell of the chair.

The diffusion of power, perhaps it is the mantra.

The country is devastated, Conspiracy is being hatched here.

I ask, Which type of democracy is this?

GARVIT KULSHRESTHA

SINCE WE MEET

Since we meet ,

My whole world is changed ,

First It was a love ,

Then finally got engaged .

Your kisses and hugs ,

Makes me forget the world .

It's since we meet ,

I started smiling more ,

Now I have only one dream left ,

That you love me more and more .

Day , evening and night ,

All the moments in life ,

Doesn't matter full of happiness or difficulty ,

Everything needs to pass ,

You standing by my side .

GURLEEN KAUR

SITTING IDLE

When everyone around kept on swinging

Rotating on your wheels moving here and there

There I was sitting idle

Doing nothing stable at my place

Whenever one questioned

What are you doing?

My only answer was

Nothing as such

Little did they think

I lied them; hiding something

But they never knew

I was really doing nothing

Nothing to be hidden

Or nothing to be lied of

I was doing nothing

Radneswary Sooriyakumar Jegatheeswary

TAKE ME BACK IN TIME

Let me return to the time
When mother's lap cradled me to sleep

Let me return to the time
When homework from school was life's biggest worry

Let me return to the time
When fights were easily forgiven & forgotten

Let me return to the time
When hate was unknown, only love was given

Let me return to the time
When heartbreak meant losing a candy

Let me return to the time
When appearance didn't matter, whether dirty or dandy

Let me return to the time
When rains meant floating paper boats.

Let me return to the time
Where tensions were less and peace was more

Mobani Biswas

THE HEALING DROP

I am not good, I see no hope,

So many problems which one to mop,

But everything becomes good all at once,

When rain comes like a Healing Drop..

Rain soothes me, gives me releif,

It is the purest form of belief,

Nothing to gain, and no sorrow,

It only gives hope for a better tomorrow..

When it comes it brings a smell,

The smell of mud in which I dwell,

Sitting idoly with a cup of tea,

Observing how the creatures flee..

It feels alive to get wet in rain,

It washes down all my pain,

The world around me just stops,

That's why it's my Healing Drop..

Aaditya Bajpai

THE HUMMING OF ROADLESS EXPEDITION

One-off track to lift the flame and rise in –

Doubling the glee for stashing a silent win.

Triagonal of esurience for the torch in my hand while –

Four spheres are waiting for the domain of my smile.

Pentagon of senses to resolute my words and

Sextet-of-ten seconds to bestow my regards.

Septanary lands are calling my soul for a probe with,

Octuple directions tempts to bag out my wardrobe.

Nineth of the Sun's hour won't confine my legs as;

Decathlon of zeals to revamp me against the dregs.

Dinesh S R

THE RIVAL

Why do I hate her,

When he likes her,

Why do I get fear,

When he consider her as

         - her peer.

Does he just like her or love her,

But I don't want her to be near him,

Will he see her even I stood before him,

Whom will he choose Me or Her?

For him she is a beautiful angel,

For me she is a disguisting devil,

I wanna crush her into pieces,

What will I do, When my He likes that She

She- The Butterfly

N. SETHU PRIYA

THE SECRET

The secret!!
A something which is kept untold,
And also not to be sold!
All about hiding a story,
Meaning when we listen we have to bury!!

Not everyone need to know this astonished pleasure,
Only someone could feel this hidden treasure!
Sometimes you even have to lie,
So that your secret doesn't fly!!

It can be a secret of guilt,
Can be a history behind a conflict!
Can be a secret of security,
Can be a secret to maintain purity!!

Don't make everything to be your secret,
Orelse future would make you regret!
Time and God sees all,
Soon to be disclosed and you will fall!!

Sᴀᴛʜɪʏᴀ Pʀɪʏᴀ.M

WANDERLUST THOUGHTS

Always, I think the world is too small,
To travel everywhere till I fall---
Wherever I walk in the adventurous night,
The moonlight holds me tight!

I smell Diesel with my nostril,
My gentle feet kiss the sleeping soil;
Where is the end of the world?!
Start to find documentaries that told;

Have some fresh air of every region,
Is it a blessing that spreads as contagion?
No, I am the one who love to fly,
In my tiny heart to the great sky...

Different places with relish food,
Teach me to live 'the life is good';
I forget all my domestic worries soon,
For every human, wandering is a boon;

Power up the mind with new experience,
Enjoy the moment for remembrance;
Touch the fallen leaves to give it a life,
Life is silver spoon, not a knife.

V.Heymonth kumar

WE WRITE LETTERS

We write letters to sunrise

For new beginnings of life

And moods like Christmas Eve

Even with dust on our feet.

We prefer silence to honesty:

A loaded gun with paper bullets.

Graze through skin like knife,

Paper cuts keep me alive.

We are a bouquet of leafy thorns,

Blood runs in our veins; rivers

In which soldiers wash hands.

We carry their sorrows and then unload.

We write letters to sunset

For happy endings of life

And moods like New Year's Eve

Even with blood on our feet.

ANGELA BRARU

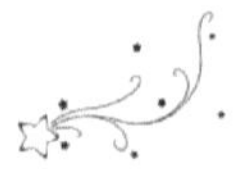

YOU

You !!...

You were there in past with me ,

You are here in present with me

But ....

But will you be there in future too with me ?

When I need a hug ,

When I need a shoulder to cry on

When I need you !!

when I need to be loved by someone or by You...!!

So , will you be there with me till the end of my story , my

journey,

till my last breath?

Vanshika Parmar

YOUR LIFE IN YOUR HANDS

Life is a treasure

It filled with valuable things,

Dig your past and get an valuable experience,

Face your problem through active present ,

Construct a strong foundation for your future life,

God as the Shilpi

He make your life with positive chisel,

He handover the life as human responsibility,

Care and product your life with positive taught,

If you travel wrong way the life will become nasty thing,

Live a life like ocean, not as well,

Live your life like Phoenix bird,

Express your power to burn the evil things,

Lead your life with strong hope,

Think positive and live your life worthy,

S.Santhiya

SHORT STORIES

எது உண்மையான நல்வாழ்வு?

இந்த உலகம் ரொம்பவே வித்தியாசமான ஒன்னுனு சொல்லலாம்.... அதே மாதிரி தான் நம்ம கதையில் இருக்கரவரும் அப்படி தான்..

இந்த உலகத்தில் இருக்க ஒவ்வொருத்தர்க்கும் ஒவ்வொன்று மேல ஆசை. காதல். மோகம். விருப்பம் என்ற ஒரு சொல்லுக்கு பல பொருள் சொல்லலாம்....

அப்படி எல்லாம் சேர்ந்த ஒருத்தர் தான் இவர்...

இவருடைய பெயர் மணிரத்தினம்... ஊரிலே பெரிய பணக்கார குடும்பத்தை சேர்ந்த ஒருத்தர்.... பல கோடி சொத்துக்களை வச்சிருக்கவர்... குபேரனுக்கே ஈடு கொடுக்கறளவுக்கு.... ஒரு நாள் இவர் தன்னுடைய வேலை விஷியமா வெளி ஊர் சென்று வந்து கொண்டு இருந்தார்... வரும் வழியில் ஒரு துறவியை சந்திக்கிறார்..... அந்த துறவியை சந்தித்து ஆசி வழங்க வேண்டுகிறார்.....

துறவியும் ஆசி வழங்குகிறார்..... முதலில் நீ இறப்பாய், அடுத்து உன் மகன் இறப்பான், பின்பு உன் மகனின் மகன் அதாவது உன் பேரன் இறப்பான் என்று ஆசி வழங்கினார் அந்த துறவி.... இதை கேட்ட அந்த செல்வந்தன் மணிரத்தினத்துக்கு கோபம் உச்சியைத் தொட்டது..... உன்னிடம் நல்லா இருக்க வேண்டும் என்று ஆசியை தான கேட்டேன்.....

ஆனால் நீயோ அழிவை சொல்கிறாய் என்று கோபத்தின் சீற்றத்தை வெளிப்படுத்தினான் மணிரத்தினம்.... அதைக் கண்டதும் துறவியார் சிரித்தார்..... பணம். சொத்து

சம்பாத்திக்க மட்டுமே நீயும் உன் மூளையும் சிந்திக்குமா என்று சிரித்துக் கொண்டே வினா எழுப்பினார்.... இச்சொல்லை கேட்டு மீண்டும் கோபம் உற்றான் அவன்.... நீ மீண்டும் அறிவை இழக்கிறாய், நான் சொல்வதை பொறுமையாக கேள் என்றார் துறவி.....

நீ இறப்பதற்கு முன்பு உன் மகன் இறந்தால் அது உனக்கு வேதனை தரும்........ நீயும் உன் மகனும் இறப்பதற்கு முன்பு உன் பேரன் இறந்தால் அது உனக்கு மீளா துயரத்தையும் உன் தலைமுறைக்கு அழிவை உண்டாக்கும்..... ஆகையால் நீ உன் குடும்ப மக்களுடன் தலைமுறை தலைமுறையாக வளர வேண்டும் என்பதற்காக தான் நான் இப்படி ஆசி வழங்கினேன் தவிர நீ அழிவை சந்திப்பது என்பது எனது நோக்கம் கிடையாது..... ஒரு மனிதனின் வாழ்வு என்பது பணம் சொத்தின் மீது இருக்கும் மோகம் மட்டுமே நல்வாழ்வு ஆகாது....

குடும்பம் தலைமுறை தலைமுறையாக வளருவதுமே நல்வாழ்வின் அடிப்படை முக்கியதுவமாகும்.......

Naveena Iniyaazhini

NEW FOUND LOVE

Afraz, a young man of 27 from Karachi, Pakistan, lived along with his wife Saifina at Canberra, Australia. Afraz although had love for his nation and he wanted to stay at his hometown but because of his job he could not go back to Karachi. At his work, he had some Indian fellows too. Though he didn't like India, yet he had a good bond with his mates.

His wife Saifina had conceived and she was eight months pregnant. Afraz had already booked a single ward for her delivery at the hospital three months before. But plans don't work when destiny rules. Same happened with Afraz and Saifina. One morning, Canberra had a terrorist attack. Many had been killed and got wounded and later the roots of origin of terrorists was found in Pakistan. Australians decided to boycott the Pakistanis in whole as a tribute to the people died in attack.

When all the nation was burning in the fire of hate, Saifina had labour pains. Afraz took her to the hospital immediately but after checking their IDs, hospital authorities denied to give her a space and also refused to give any treatment. Afraz was dying to see Saifina in pain. He was feeling so disgusted on his roots. He called many of his friends and asked them for help. Everyone showed pity but no one had helped. He was broken and shattered.

Then, he suddenly remembered one of his Indian colleague whose wife was a gynaecologist. He called him as last ray of hope when he was on the way to his home. Pralabh on the other side asked him to reach his wife's infermary which was very near to his home. He reached there and immediately Pramila had received them with regards. She helped Saifina to feel comfortable and admitted her immediately. In half an hour Saifina delivered a healthy baby boy and Afraz knelt down to thank Pralabh and Pramila.

Pralabh hugged him and congratulated him on becoming a father. He said, "Brother, we are neighbours. Whenever a neighbour in India needs something for the kitchen, he doesn't rush to market but to his neighbour's and we always feel please to help as we too have a share of the cooked delicacies. Here too, I am gonna share the happiness as I too have become uncle." Now both laughed on his lame joke. All confusions and doubts had been washed away from his mind about India and Indians. He now knew why Indian culture is everywhere respected. This is what we have in our hearts. Love, regard, benevolence, generosity all are in our roots.

Jyoti Gogia

www.ingramcontent.com/pod-product-compliance
Lightning Source LLC
LaVergne TN
LVHW051456170726

843492LV00002B/698